तज्जलान

आनंदी जीवनाचे वैदिक रहस्य

इंद्रजित बागल

ईमेल आयडी :

indrajitbagal@rediffmail.com

लेखकाचा परिचय

इंद्रजित बागल यांचा जन्म ६ मार्च १९८९ रोजी झाला. त्यांचे मूळगाव वडूज, ता. खटाव, जि. सातारा हे असून तेथेच त्यांचे प्राथमिक आणि माध्यमिक शिक्षण झाले. त्यानंतर त्यांनी पुणे विद्यापीठातून माहिती तंत्रज्ञान अभियांत्रिकीतील पदवी आणि व्यवस्थापनातील पदव्युत्तर पदवी मिळवली. तसेच, व्यवस्थापन विषयात MH-SET आणि NET-JRF ही परीक्षा उत्तीर्ण केली. सध्या ते एका नावाजलेल्या संस्थेत अधिकारी म्हणून कार्यरत आहेत. लहानपणापासूनच त्यांना अध्यात्माची आवड होती. शैक्षणिक अभ्यास आणि नोकरीच्या काळातही त्यांनी विविध आध्यात्मिक, धार्मिक तीर्थक्षेत्रांना भेटी

दिल्या, अनेक ग्रंथ, पंथ आणि तत्त्वज्ञानांचा सखोल अभ्यास केला आणि त्याप्रमाणे साधना केली. १५ वर्षांच्या अथक प्रयत्नांनी त्यांना आत्मानंद आणि मनशांतीची प्राप्ती झाली. कौटुंबिक जबाबदाऱ्या आणि नोकरीचे संतुलन साधून, उरलेल्या वेळात ते आनंदप्राप्ती आणि मनशांतीसाठी उत्सुक व्यक्तींना मोफत मार्गदर्शन करतात.

अनुक्रमणिका

4. तज्जलान संकल्पनेवर आधारित अन्य संकल्पनांचा नंतरच्या काळातील विकास 59

5. तज्जलान आणि आधुनिक विज्ञान 77

6. आनंदासाठी दैनंदिन जीवनात तज्जलान 95

तज्जलान: आनंदी जीवनाचे वैदिक रहस्य

1. तज्जलान संकल्पनेची उत्पत्ती

तज्जलान हा शब्द भारतीय अध्यात्मातील सर्वात गहन आणि प्राचीन ग्रंथांपैकी एक, छांदोग्य उपनिषद या वैदिक तत्वज्ञानाच्या आधारस्तंभातून आला आहे, ज्याने हिंदू धर्माच्या बौद्धिक आणि आध्यात्मिक परिदृश्याला आकार दिला आहे. तज्जलानची उत्पत्ती समजून घेण्यासाठी, आपण प्रथम ते छांदोग्य उपनिषदाच्या व्यापक संदर्भात शोधले पाहिजे, उपनिषद या शब्दाचा अर्थ शोधला पाहिजे, ब्राह्मणग्रंथांची भूमिका स्पष्ट केली पाहिजे आणि हिंदू धर्माचे मूलभूत धर्मग्रंथ वेद, ब्राह्मणग्रंथ आणि उपनिषदांच्या विकासाचा मागोवा घेतला पाहिजे. हा अध्याय या स्तरांमध्ये खोलवर जाऊन तज्जलानची ऐतिहासिक,

सांस्कृतिक आणि तात्विक मुळे आणि वैदिक विचारांच्या विशाल वाङमयात त्याचे स्थान उलगडतो.

वेद : शास्त्रांचे मूळ

वेद हे हिंदू धर्माचे सर्वात जुने धर्मग्रंथ आहेत, जे वैदिक संस्कृतमध्ये रचलेले आहेत आणि श्रुती मानले जातात. चार वेद - ऋग्वेद, सामवेद, यजुर्वेद (शुक्ल आणि कृष्ण शाखांमध्ये विभागलेले) आणि अथर्ववेद - मौखिकरित्या प्रसारित झाले. वेद या शब्दाचा अर्थ "ज्ञान" आहे आणि हे ग्रंथ अस्तित्वाची मूलभूत सत्ये व्यक्त करतात असे मानले जाते, जे प्राचीन ऋषींनी (ऋषींनी) दैवी प्रकटीकरणाद्वारे ऐकले होते.

• **ऋग्वेद:** अग्नि, इंद्र आणि सोम सारख्या देवतांचे स्तोत्र असलेले सर्वात जुने वेद, विश्वविज्ञान आणि स्तुतीवर केंद्रित होते.

• **सामवेद:** ऋग्वेदातून घेतलेल्या मंत्रांचा संग्रह, जो धार्मिक गायनात वापरला जातो, ज्यामध्ये छांदोग्य उपनिषद त्याच्या ब्राह्मणग्रंथात अंतर्भूत आहे.

• **यजुर्वेद:** यज्ञविधींवर लक्ष केंद्रित करतो, ज्यामध्ये पुरोहितांसाठी गद्य आणि पद्य सूचना असतात.

• **अथर्ववेद:** मंत्र, जादू आणि तात्विक चिंतनांचा समावेश आहे, कर्मकांडावर कमी लक्ष केंद्रित केले आहे.

वेदांमध्ये चार भाग आहेत: संहिता (स्तोत्रे), ब्राह्मणग्रंथ (विधी पुस्तिका),

आरण्यक (वन ग्रंथ) आणि उपनिषद (तात्विक ग्रंथ). ते शतकानुशतके विविध ऋषींनी रचले होते, ज्यांचा कोणताही एक लेखक किंवा अचूक तारीख नव्हती, कारण त्यांचे प्रसारण तोंडी होते आणि नंतर ते लिहिले गेले. वेदांची निर्मिती पारंपारिकपणे दैवी प्रेरणेमुळे झाली असे मानले जाते, व्यास सारख्या ऋषींनी नंतर त्यांचे संकलन केले. तथापि, त्यांची रचना वैदिक समाजाच्या सांस्कृतिक आणि सामाजिक गतिशीलतेच्या प्रभावाखाली विचारांच्या हळूहळू झालेल्या उत्क्रांतीला प्रतिबिंबित करते.

ब्राह्मण ग्रंथ :धार्मिक पाया

छांदोग्य उपनिषद हे सामवेदाशी संबंधित असलेल्या छांदोग्य ब्राह्मणग्रंथात अंतर्भूत आहे. हा संबंध समजून घेण्यासाठी, आपण ब्राह्मणग्रंथांचे स्वरूप शोधले पाहिजे. ब्राह्मणग्रंथ हे वैदिक संग्रहातील गद्‌य ग्रंथ आहेत, जे वेदांच्या स्तोत्रांचे (संहिता) अर्थ स्पष्ट करणारे आणि वैदिक विधी करण्यासाठी तपशीलवार सूचना देणारे धार्मिक मार्गदर्शक म्हणून काम करतात. प्रत्येक वेद - ऋग्वेद, सामवेद, यजुर्वेद आणि अथर्ववेद - मध्ये अग्निहोत्र आणि अश्वमेध सारख्या यज्ञांच्या प्रतीकात्मकता, पौराणिक कथा आणि प्रक्रिया स्पष्ट करणारे काही सहयोगी ब्राह्मणग्रंथ आहेत.

साधारणपणे इ.स.पूर्व ९०० ते ७०० दरम्यान रचलेले ब्राह्मणग्रंथ धार्मिक विवेचनाच्या कालखंडाला प्रतिबिंबित करतात, जिथे पुरोहितांनी अचूक धार्मिक कृतींद्वारे वैश्विक व्यवस्था (ऋत) राखण्यात मध्यवर्ती भूमिका बजावली. त्यामध्ये मिथक, दंतकथा आणि वेदी बांधणीसाठी निरीक्षणात्मक खगोलशास्त्र आणि भूमिती यासारखे प्रारंभिक वैज्ञानिक ज्ञान समाविष्ट आहे. काही ब्राह्मणांमध्ये गूढ आणि तात्विक साहित्य देखील आहे, जे आरण्यक (वन ग्रंथ) आणि उपनिषदांमध्ये संक्रमण होते. उदाहरणार्थ, सामवेदातील छांदोग्य ब्राह्मणात शेवटचे आठ अध्याय (दहा पैकी) छांदोग्य उपनिषद समाविष्ट आहे, जे विधीपासून तत्वज्ञानाकडे या उत्क्रांतीचे वर्णन करते.

ब्राह्मणग्रंथ वेदांच्या कर्म-कांड (विधी भाग) चा भाग आहेत, जे उपनिषदांच्या ज्ञान-कांड (ज्ञान भाग) च्या विरूद्ध आहेत. ब्राह्मणग्रंथ बाह्य पद्धतींवर लक्ष केंद्रित करतात, परंतु ते कर्मकांडांचे रूपक देऊन उपनिषदांच्या आत्मनिरीक्षणात्मक चौकशीसाठी पाया घालतात. उदाहरणार्थ, बृहदारण्यक उपनिषद अश्वमेध हे आध्यात्मिक स्वायत्ततेचे रूपक म्हणून व्याख्या करते, जे छांदोग्य उपनिषदांच्या कर्मकांडाच्या समालोचनामध्ये प्रतिध्वनित झाले आहे.

उपनिषद म्हणजे काय?

उपनिषद हा शब्द संस्कृतच्या मुळांपासून उप (जवळ), नी (खाली) आणि सद् (बसणे) या शब्दांपासून आला आहे, ज्याचा पारंपारिक अर्थ गूढ ज्ञान प्राप्त करण्यासाठी "जवळ बसणे" असा होतो. तथापि, मूळतः याचा अर्थ "जोडणी" किंवा "समतुल्यता" असा असावा, जो वैयक्तिक स्वतःला (आत्मा) वैश्विक वास्तवाशी (ब्रह्म) जोडणे दर्शवितो. उपनिषद हे तात्विक ग्रंथ आहेत जे वेदांचा शेवटचा भाग बनवतात, ज्यांना बहुतेकदा वेदांत ("वेदांचा शेवट") म्हणून संबोधले जाते, दोन्ही वैदिक संग्रहातील त्यांच्या स्थानात आणि वैदिक ज्ञानाच्या पराकाष्ठेची भूमिका म्हणून. इ.स.पूर्व सुमारे ७०० ते ३०० दरम्यान

रचलेले, उपनिषद हे पूर्वीच्या वैदिक ग्रंथांच्या धार्मिक लक्षापासून ध्यान, चेतना आणि तत्वज्ञानविषयक चौकशीवर लक्ष केंद्रित करण्याकडे वळतात. ते आत्मा, ब्रह्म, कर्म (क्रिया आणि त्याचे परिणाम), संसार (जन्म आणि पुनर्जन्माचे चक्र) आणि मोक्ष (मुक्ती) यासारख्या संकल्पनांचा शोध घेतात. देवतांना संतुष्ट करण्यासाठी बाह्य कर्मकांडांवर पूर्वीच्या वैदिक भरापेक्षा, उपनिषदे आंतरिक ज्ञान आणि आत्म-साक्षात्काराला प्राधान्य देतात, जे त्यांच्या काळातील धार्मिक रूढींना आव्हान देतात. २०० हून अधिक उपनिषदे आहेत, ज्यात १३ उपनिषदे त्यांच्या सखोल तात्विक अंतर्दृष्टीमुळे प्रमुख मानले जातात, ज्यात छांदोग्य आणि बृहदारण्यक उपनिषदांचा समावेश आहे. उपनिषदांना श्रुति

(जे ऐकले जाते) म्हणून वर्गीकृत केले आहे, म्हणजे ते दैवीपणे प्रकट झालेले, खोल ध्यानाच्या अवस्थेत प्राचीन ऋषींनी अनुभवलेले शाश्वत सत्य मानले जातात. हे त्यांना पुराण आणि महाकाव्ये सारख्या स्मृती (जे लक्षात ठेवले जाते) पासून वेगळे करते, जे मानवांनी रचलेले आहेत आणि बदलाच्या अधीन आहेत. उपनिषदांमध्ये कर्मकांडापेक्षा ज्ञान (ज्ञान-कांड) वर भर देणे हे औपचारिक पद्धतींच्या पलीकडे स्वतःला आणि विश्वाला समजून घेण्याच्या वाढत्या आवडीला प्रतिबिंबित करते.

छांदोग्य उपनिषद: तज्जलानचे जन्मस्थान

छांदोग्य उपनिषद हे सामवेदातील छांदोग्य ब्राह्मणग्रंथात अंतर्भूत असलेले सर्वात जुने आणि सर्वात महत्त्वाचे उपनिषद आहे. हे एक विशाल ग्रंथ आहे, ज्यामध्ये आठ प्रपाठक (अध्याय) आहेत, प्रत्येक प्रपाठक अनेक विभाग आणि श्लोकांमध्ये विभागलेले आहेत आणि ते त्याच्या काव्यात्मक रचनेसाठी आणि तात्विक खोलीसाठी प्रसिद्ध आहे. विद्वानांनी त्याची रचना इ.स.पूर्व ८ व्या ते ६ व्या शतकातील असल्याचा अंदाज लावला आहे, ज्यामुळे ते वैदिक काळाच्या उत्तरार्धात प्राचीन भारताच्या बौद्धिक उत्तेजनाचे उत्पादन बनले आहे. उपनिषद हा एक संग्रह आहे, जो कदाचित

एक किंवा अधिक ऋषींनी पूर्व-अस्तित्वात असलेल्या मौखिक परंपरेतून संकलित केला आहे, जो कर्मकांड, ध्यान आणि आध्यात्मिक अंतर्दृष्टीचे संश्लेषण प्रतिबिंबित करतो. तज्जलान हा शब्द विशेषतः छांदोग्य उपनिषदाच्या ३.१४ मध्ये, शांडिल्य सिद्धांतात आढळतो, जो एक प्रमुख शिकवण आहे जो ब्रह्माचे स्वरूप, अंतिम वास्तव स्पष्ट करतो. श्लोक म्हणतो: "**हे संपूर्ण विश्व ब्रह्म आहे. शांततेत, त्याची उपासना तज्जलान (ज्यामधून तो बाहेर आला, ज्यामध्ये तो विरघळला जाईल, ज्यामध्ये तो श्वास घेतो) म्हणून करावी.**" या गूढ शब्दात एक खोल आध्यात्मिक अंतर्दृष्टी समाविष्ट आहे, ज्यामध्ये ब्रह्माला सर्व अस्तित्वाचा स्रोत, पालनकर्ता आणि अंतिम गंतव्य म्हणून

चित्रित केले आहे. छांदोग्य उपनिषदात ब्रह्मावर आत्मा (आत्म्यामध्ये स्वतः) सारखेच असलेले भर देणे हे पूर्वीच्या वैदिक ग्रंथांच्या कर्मकांडापासून एक महत्त्वपूर्ण फरक दर्शविते, ज्यामुळे वेदांतिक तत्वज्ञानाचा पाया तयार होतो. छांदोग्य उपनिषद सामवेदाच्या तांड्य शाळेशी संबंधित आहे आणि १०८ उपनिषदांच्या मुक्तिक सिद्धांतात नवव्या क्रमांकावर आहे. आदि शंकराचार्य सारख्या नंतरच्या तत्वज्ञानींनी वारंवार दिलेल्या उद्धरणांवरून त्याचा प्रभाव स्पष्ट होतो, ज्यांनी त्यांच्या वेदांत सूत्र भाष्यात ८१० वेळा त्याचा उल्लेख केला आहे, इतर कोणत्याही प्राचीन ग्रंथापेक्षा जास्त. उपनिषदातील शिकवणी, ज्यामध्ये तज्जलानचा समावेश आहे, कर्मकांड पद्धती

आणि आत्मनिरीक्षण तत्वज्ञान यांच्यात एक सेतु बनवतात, जो भारतीय विचारसरणीतील परिवर्तनात्मक क्षण प्रतिबिंबित करतो.

ब्राह्मणग्रंथ आणि उपनिषदांची निर्मिती

वेदांचा उदय वायव्य भारतीय उपखंडात झाला. ई.स.पूर्व सुमारे ९००-७०० मध्ये वैदिक समाज अधिक स्थिर आणि श्रेणीबद्ध होत असताना ब्राह्मणग्रंथांत विधींचे संहिताकरण केले. ई.स.पूर्व ७०० ते ३०० दरम्यान रचलेले उपनिषद, शहरीकरण आणि कदाचित वैदिक नसलेल्या परंपरांशी संवाद साधून प्रभावित झाल्याने तात्विक चौकशीकडे होणारा बदल प्रतिबिंबित करतात.

कोणत्याही एका व्यक्तीने हे ग्रंथ "निर्मित" केले नाहीत; ते ऋषींच्या सामूहिक

योगदानाद्वारे विकसित झाले, जे वैदिक शाळांनी (शाखा) तोंडी जतन केले. उदाहरणार्थ, छांदोग्य उपनिषदाची तांड्य शाळा सामवेद मंत्रांमध्ये विशेष होती. ब्राह्मणांपासून उपनिषदांकडे झालेल्या संक्रमणातून सामाजिक बदलांना प्रतिसाद मिळतो, ज्यामध्ये उदयोन्मुख तपस्वी चळवळींमुळे कर्मकांडांना येणाऱ्या आव्हानांचा समावेश आहे. अचूक योगदानकर्ते अज्ञात राहतात, परंतु याज्ञवल्क्य (बृहदारण्यक उपनिषदात) आणि उद्दालक अरुणी (छांदोग्य उपनिषदात) सारख्या व्यक्ती प्रमुख शिकवणींशी संबंधित आहेत.

निष्कर्ष

छांदोग्योपनिषदातील तज्जलानची उत्पत्ती भारतीय विचारातील एक महत्त्वपूर्ण क्षण दर्शवते, जिथे कर्मकांडी वैदिक परंपरा गहन आध्यात्मिक चौकशींना जागा देतात. सामवेदाच्या छांदोग्य ब्राह्मणाचा भाग म्हणून, तज्जलान बाह्य यज्ञापासून ब्रह्माच्या अंतर्गत साक्षात्काराकडे वळण घेतो. वेदांचे तात्त्विक परिपूर्ण म्हणून, कर्मकांडी ब्राह्मणग्रंथ आणि मंत्रसंहितांवर आधारित, शतकानुशतके लांब मौखिक परंपरेतून उद्भवले ज्याने हिंदू धर्माच्या मुख्य संकल्पनांचे आकार घेतले .

तज्जलान समजण्यासाठी हा इतिहास समजून घेणे आवश्यक आहे आहे, जिथे ईश्वरीय प्रकटीकरण, मानवी सर्जनशीलता आणि सामाजिक विकास यांचा संगम जगातील सर्वात प्राचीन आध्यात्मिक परंपरांपैकी एक निर्माण करतो. पुढील अध्याय तज्जलानचा रहस्यमय अर्थ उलगडेल, भारतीय तत्त्वज्ञानातील त्याच्या अनन्य स्थानाचा शोध घेईल.

****

2. तज्जलानचा अर्थ

तज्जलान हा शब्द, जो केवळ छांदोग्योपनिषदात आढळतो, भाषिक आणि तात्त्विक अशा दोन्ही स्तरांवर गूढ आणि गहन आहे. तो ब्रह्म या अंतिम वास्तवाच्या अनुभूतीशी निगडित आहे. छांदोग्योपनिषद ३.१४.१ मधील एका श्लोकातच या शब्दाचा उल्लेख आढळतो, परंतु त्या एका ठिकाणीच तो संपूर्ण उपनिषदीय विचारधारेचा सारांश जणू उलगडून दाखवतो.

हा अध्याय तज्जलानचा अर्थ, त्याची भाषिक रचना, छांदोग्योपनिषदापुरती त्याची मर्यादितता आणि त्याच्या कल्पनात्मक मुळांचा शोध घेतो. यामुळे या रहस्यमय शब्दाने सार्वत्रिक सत्याची अभिव्यक्ती कशी

केली हे समजण्यास मदत होते. व्युत्पत्ती व तात्त्विक दृष्ट्या तज्जलानचे विश्लेषण केल्यावर हे स्पष्ट होते की, हा शब्द वैदिक आध्यात्मिक विचारातील एक संक्षिप्त पण अत्यंत प्रभावी अभिव्यक्ती आहे.

छांदोग्योपनिषदातील तज्जलानचा संदर्भ

छांदोग्योपनिषद हे सामवेदाच्या छांदोग्य ब्राह्मणग्रंथाचा भाग असून, त्याची काव्यात्मक गहनता आणि तात्त्विक विस्तार प्रसिद्ध आहे.

विभाग ३.१४.१ मध्ये, शाण्डिल्य सिद्धांत अंतर्गत असा श्लोक येतो:

“सर्वं खल्विदं ब्रह्म, तज्जलान इति शान्त उपासीत।”

("हे संपूर्ण विश्व ब्रह्म आहे. शांतचित्त होऊन त्याची उपासना करा — तज्जलान म्हणून, म्हणजे ज्यापासून हे विश्व उद्‌भवले, ज्यात ते विलीन होते आणि ज्यात ते श्वास घेते.")

या श्लोकाचे श्रेय ऋषी शाण्डिल्य दिले जाते आणि त्यात तज्जलान हे ब्रह्माचे नाव किंवा वर्णन म्हणून प्रकट होते — सर्व अस्तित्वामागील अंतिम वास्तव म्हणून.

तज्जलान केवळ एक नाव नाही; ती एक संकल्पनात्मक चौकट आहे, जी विश्व आणि ब्रह्म यांच्यातील गतिशील नातेसंबंध व्यक्त करते. ते सृष्टी, पोषण आणि विलय या चक्रीय प्रक्रियेचे प्रतीक आहे. "शांततेत उपासना करा" ही आज्ञा कर्मकांडांवरून

अंतर्मुख ध्यानाकडे झालेल्या उपनिषदीक परिवर्तनाची जाणीव करून देते.

या शब्दाची वैशिष्ट्यपूर्ण शक्ती अशी की, एका एकमेव शब्दात इतक्या व्यापक आध्यात्मिक सत्याची अभिव्यक्ती तो करतो.

तज्जलानची विशिष्टता

तज्जलानचा एक सर्वात रोचक पैलू म्हणजे तो केवळ छांदोग्योपनिषदातच आढळतो. विशाल भारतीय आध्यात्मिक साहित्य — वेद, ब्राह्मण, अरण्यक, उपनिषद, पुराणे, भगवद्गीता किंवा नंतरचे वेदांत भाष्य — या कुठल्याही ग्रंथात हा शब्द वापरलेला नाही. यामुळे प्रश्न उभा राहतो: हा शब्द फक्त इथेच का दिसतो?

कदाचित हा एक जाणीवपूर्वक सृजन असेल — जिथे विद्वानांनी इतर शब्दांनी व्यक्त न होणारी एक विशिष्ट तात्त्विक अंतर्दृष्टी व्यक्त करण्यासाठी तो तयार केला असेल. यामुळे तज्जलान हा ब्रह्म समजण्याचा एक अनन्य दृष्टिकोन ठरतो. सत्, चित्, आनंद यांसारख्या सर्वत्र आढळणाऱ्या उपनिषदीक शब्दांप्रमाणे तो सर्वसामान्य नाही; उलट तो एकाकी उभा राहून आपल्या गूढतेने आपल्याला त्याचा शोध घेण्यास प्रवृत्त करतो.

तज्जलानची व्युत्पत्ती आणि निर्मिती

तज्जलानचा अर्थ समजण्यासाठी, आपल्याला त्याची भाषिक रचना विभागावी

लागेल. संस्कृतभाषा जटिल कल्पना व्यक्त करण्यासाठी संयुक्त शब्द तयार करण्याच्या क्षमतेसाठी प्रसिद्ध आहे. तज्जलान हा असाच एक संयुक्त शब्द आहे, आणि त्याची व्युत्पत्ती त्याचे महत्त्व सूचित करते. एक शक्य विश्लेषण सुचवते की, तज्जलान हा तत् (तत) आणि जल (पाणी, प्रवाह किंवा विलय) संबंधित मूळापासून तयार झालेला संयुक्त शब्द आहे, ज्यात अतिरिक्त प्रत्यय आहेत जे गतिशील प्रक्रिया सूचित करतात. छांदोग्योपनिषदाचे स्पष्टीकरण—"ज्यापासून तो उद्भवला, ज्यात तो विलीन होईल, ज्यात तो श्वास घेतो"—एक त्रयी रचना सूचित करते, जी काही विद्वान शब्दाच्या घटकांशी जुळवतात:

१. तत्/तद् ("तेच"): ब्रह्माला संदर्भित करणारे सर्वनाम, अंतिम वास्तव. वैदिक ग्रंथांमध्ये, तत् अनेकदा विश्वाच्या असीम, रूपरहित साराला सूचित करते, जसे की त्याच उपनिषदातील तत् त्वम असि ("तू ते आहेस") या वाक्यांमध्ये.

२. जा किंवा जल: कदाचित जन (जन्म घेणे, उद्भवणे) मूळापासून किंवा जल (पाणी, सृष्टी आणि विलयाशी संबंधित प्रतीकात्मक) मधून घेतलेले. वैदिक विश्वरचनेत, पाणी हे प्राचीन पदार्थ आहे जे सृष्टी आणि विलयाशी संबंधित आहे, जसे की ऋग्वेदातील श्लोकांमध्ये विश्वाच्या वैश्विक समुद्रापासून उद्भवाचे वर्णन.

३. लान: प्रत्यय जो प्रक्रिया, अवस्था किंवा कृती सूचित करू शकतो, वैदिक संस्कृतमध्ये सततता किंवा रूपांतरण दर्शवण्यासाठी सामान्य.

अशा प्रकारे, तज्जलानचा अर्थ "जो उद्भव देतो, पोषित करतो आणि विलीन करतो" किंवा "जो स्रोत, अस्तित्व आणि शेवट म्हणून वाहतो" असू शकतो. जलाने सूचित प्रवाह उपनिषदीक ब्रह्माच्या गतिशील, सर्वसमावेशक वास्तवाशी जुळतो जो अस्तित्वाच्या चक्रात सामावलेला आहे. वैकल्पिकरित्या, काही विद्वान सुचवतात की, तज्जलान कदाचित हरवलेल्या किंवा अस्पष्ट मूळापासून उद्भवला असावा, त्याचा अर्थ फक्त छांदोग्याच्या संदर्भात जतन केला गेला, ज्यामुळे तो एकदाच प्रकट होणारा शब्द

बनतो. तज्जलानची रचना कदाचित वैदिक ऋषींच्या सर्जनशील भाषिक पद्धतींना प्रतिबिंबित करते, ज्यांनी नवीन अंतर्दृष्टी व्यक्त करण्यासाठी नवीन शब्द तयार केले. त्याची रचना इतर उपनिषदीक संयुक्तांशी जुळते, जसे की सत्-चित्-आनंद, जे अनेक संकल्पना एका शब्दात एकत्र करतात. वर्णनात्मक वाक्यांपेक्षा तज्जलान या शब्दाची निवड सूचित करते की, तो मौखिक परंपरेच्या वैदिक मंत्रांचा स्मरणीय, ध्यानात्मक ध्वनी तयार करण्याचा हेतू होता, जिथे ध्वनी आणि अर्थ एकत्र विणले जातात.

तज्जलानची स्थापना कोणी केली?

तज्जलानचे सर्जक निश्चित करणे कठीण आहे कारण वैदिक लेखनाचा अनामिक आणि सामूहिक स्वभाव. छांदोग्योपनिषदाचे विविध ऋषींना श्रेय दिले जाते, ज्यात शाण्डिल्य सिद्धांत ऋषी शाण्डिल्याशी जोडलेला आहे, जो वैदिक तत्त्वज्ञानातील योगदानासाठी ओळखला जातो. शक्य आहे की शाण्डिल्य किंवा त्यांच्या शाखेच्या शिष्याने, तज्जलान सृजित केला असावा किंवा हा शब्द तांड्य शाखेतून उद्भवला असावा, जी सामवेदात विशेषज्ञ आणि छांदोग्योपनिषद संकलनासाठी ओळखली जाते. तज्जलानची निर्मिती कदाचित इ.स.पूर्व सुमारे आठशे ते सहाशे मध्ये झाली असावी, जेव्हा ऋषींनी कर्मकांड पद्धतींना प्रश्न विचारायला सुरुवात केली

आणि आध्यात्मिक सत्यांचा शोध सुरू झाला. शब्दाची मर्यादितता सूचित करते की, तो एक जाणीवपूर्वक नवकल्पना असावा, कदाचित ध्यानात्मक अंतर्दृष्टीने किंवा शिकवणीच्या क्षणी प्रेरित, जिथे ऋषीने ब्रह्माच्या गतिशील स्वभावाला एका नव्या प्रकारे व्यक्त करण्याचा प्रयत्न केला.

तज्जलानचे तात्त्विक महत्त्व

तज्जलानचा अर्थ त्याच्या भाषिक घटकांपलीकडे त्याच्या तात्त्विक परिणामांपर्यंत वाढतो. ब्रह्माला तज्जलान म्हणून वर्णन करून, छांदोग्योपनिषद वास्तवाच्या तीन मुख्य पैलूंना अधोरेखित करते:

१. उत्पत्ती: ब्रह्म हे सर्व प्राणी आणि विश्व उद्‌भवण्याचा स्रोत आहे.

२. पोषण: ब्रह्म हे सर्व अस्तित्व “श्वास घेते” किंवा टिकते असा आधार आहे. हे उपनिषदीक ब्रह्माच्या सर्व रूपांमध्ये सामावलेल्या अंतर्भूत वास्तवाच्या दृष्टिकोनास प्रतिबिंबित करते.

३. विलय: ब्रह्म हे सर्व परत येणारे शेवटचे गंतव्य आहे, जे भारतीय विचारातील काळ आणि अस्तित्वाच्या चक्राकार दृष्टिकोनाचे प्रतिध्वनित करते.

तज्जलान अशा प्रकारे वास्तवाची एक समग्र दृष्टी सामावते, जिथे सृष्टी, संरक्षण आणि विलय वेगळ्या प्रक्रिया नाहीत तर एका एकल, शाश्वत ब्रह्माचे पैलू आहेत. हे

पूर्वीच्या वैदिक इंद्र किंवा अग्नी यांसारख्या देवतांवर जोर देण्यापासून विपरीत आहे, जे विश्वाच्या विशिष्ट पैलूंवर राज्य करतात. शब्दाची ध्यानात्मक गुणवत्ता—"शांततेत उपासना करा"—सूचित करते की तो ध्यानासाठी एक केंद्रबिंदू म्हणून हेतू होता, जो व्यावहारिकाला ब्रह्माशी एकात्मता साक्षात्काराकडे मार्गदर्शन करतो.

फक्त छांदोग्य उपनिषदातच का?

तज्जलानची मर्यादितता कदाचित शाण्डिल्य सिद्धांतातील त्याच्या विशेष भूमिकेतून उद्भवते, जो ब्रह्माच्या थेट, अंतर्ज्ञानात्मक समजुतीवर केंद्रित करतो. समान कल्पना व्यक्त करण्यासाठी इतर

उपनिषद नेति नेति (बृहदारण्यक उपनिषद) किंवा अहम् ब्रह्मास्मि (मांडूक्य उपनिषद) यांसारखे वेगळे शब्द वापरतात, पण तज्जलानचा वैश्विक चक्राचा संक्षिप्त सामावेश तांड्य शाखेच्या शिकवणींना अनन्य असावा. त्याची इतरत्र अनुपस्थिती कदाचित समांतर मौखिक परंपरांच्या हरवण्याचे किंवा नंतरच्या ग्रंथांमध्ये अधिक मानक अभिव्यक्तींनी बदलण्याला प्रतिबिंबित करू शकते.

निष्कर्ष

तज्जलान हे भाषिक आणि तात्त्विक रत्न आहे, जे छांदोग्योपनिषदाच्या ब्रह्माच्या सर्व अस्तित्वाच्या स्रोत, पोषक आणि शेवटच्या दृष्टिकोनाला सामावते. त्याची मर्यादितता,

व्युत्पत्तीची श्रीमंती आणि ध्यानात्मक प्रतिध्वनी त्याला वैदिक विचारातील अनन्य योगदान बनवते, कदाचित शाण्डिल्य किंवा तांड्य शाखेने सृजित ज्याने गहन आध्यात्मिक अंतर्दृष्टी व्यक्त केली. तज्जलान उलगडून, आपण उपनिषदीक ऋषींच्या सर्जनशील प्रतिभेची एक झलक पाहतो, ज्यांनी ध्यानाला प्रेरित करण्यासाठी भाषा आणि तत्त्वज्ञान एका शब्दात विणले. पुढील अध्याय तज्जलान आणि ब्रह्माच्या संकल्पनेच्या विकासावर श्रमण चळवळीचा प्रभाव शोधेल.

****

तज्जलान: आनंदी जीवनाचे वैदिक रहस्य

3. तज्जलान संकल्पने वरील प्रभाव

छांदोग्योपनिषदातील तज्जलान हा शब्द आणि ब्रह्म या अंतिम वास्तवाची व्यापक संकल्पना यांचा उदय भारतीय अध्यात्मवादातील एक परिवर्तनशील क्षण दर्शवतो. या कल्पना, ज्या उपनिषदांच्या केंद्रस्थानी आहेत, पूर्वीच्या वैदिक ग्रंथांच्या कर्मकांड-प्रधान भागापासून गहन आध्यात्मिक चौकशीकडे वळण दर्शवतात. मात्र, अशा संकल्पनांचा विकास एकांतात घडला नाही. इ.स.पूर्व सुमारे ८००–५०० हा प्राचीन भारतातील बौद्धिक आणि सांस्कृतिक गतिशीलतेचा काळ होता, ज्यात श्रमण चळवळी वेदांची एकाधिकारिता आणि पुरोहितवादाला आव्हान देत होत्या. हा अध्याय श्रमण चळवळीने वैदिक लोकांवर

ब्रह्माच्या संकल्पना आणि तज्जलान या अनन्य शब्दाला आकार देण्यात प्रभाव पाडला का हे शोधतो, ऐतिहासिक संदर्भ, तात्त्विक देवाणघेवाण आणि या परंपरांमधील संभाव्य देवाणघेवाणीचा अभ्यास करतो.

श्रमण चळवळ : वैदिक रूढीवादीला विरोध

श्रमण म्हणजे "जे प्रयत्न करतात" किंवा "तापसी". वैदिक परंपरा जी वेद प्रामाण्य, यज्ञ कर्मकांड आणि पदानुक्रमित सामाजिक व्यवस्थेवर आधारित होती, श्रमणांनी या रचना नाकारल्या. ते संन्यासी (श्रमण) होते, ज्यात भटके तापसी, भिक्षु आणि तत्त्वज्ञानी सामावलेले होते, जे पुरोहित कर्मकांडांऐवजी ध्यान, नैतिक जीवन आणि

थेट अनुभवाद्वारे मुक्ती (मोक्ष) शोधतात. श्रमण परंपरांमधील सर्वात प्रमुख म्हणजे जैन धर्म, जो ऋषभनाथांनी स्थापित आणि नंतर महावीरांनी (सहावे शतक ई.पू.) व्यवस्थित केला, आणि बौद्ध धर्म, जो सिद्धार्थ गौतमाने (बुद्ध, सुमारे ५६३–४८३ ई.पू.) स्थापित केला. श्रमणांनी वैयक्तिक प्रयत्न, अंतर्मुखता आणि जन्म-मृत्यूच्या चक्रापासून (संसार) मुक्तीवर जोर दिला. त्यांनी वैदिक वर्णव्यवस्था, प्राण्यांच्या बलिदान आणि पुरोहितपदाच्या वर्चस्वाला नकार दिला, त्याऐवजी अहिंसा, सत्यनिष्ठा आणि तापसी जीवन यांसारख्या सार्वत्रिक नैतिक तत्त्वांचा पुरस्कार केला. त्यांच्या शिकवणींमध्ये आत्म्याचे स्वरूप, भौतिक विश्वाची क्षणभंगुरता आणि अतीत अवस्थेचा

शोध यांचा समावेश होता. श्रमण चळवळीचा उदय मुख्य उपनिषदांच्या रचनेशी जुळतो, ज्यात छांदोग्योपनिषद सामावलेले आहे, ज्यामुळे प्रश्न उपस्थित होतो की या गैर-वैदिक परंपरांनी ब्रह्म आणि तज्जलानच्या विकासावर प्रभाव पाडला का.

वैदिक संदर्भ आणि ब्रह्माचा विकास

श्रमण प्रभावाचे आकलन करण्यासाठी, आपल्याला प्रथम वैदिक संदर्भ समजावा लागेल. ऋग्वेद इंद्र, अग्नि आणि सोम यांसारख्या देवतांसाठी स्तोत्रांवर आणि वैश्विक क्रम (ऋत) कायम ठेवण्यासाठी कर्मकांडांवर केंद्रित होता. ब्राह्मणग्रंथांनी पुरोहितांची भूमिका अधोरेखित करत या

कर्मकांडांचा विस्तार केला. मात्र, नंतरच्या काळात आरण्यके आणि उपनिषद तात्त्विक चौकशीकडे वळले, ज्यात ब्रह्म (अंतिम सत्य) आणि आत्मा (वैयक्तिक आत्मा) यांसारख्या संकल्पना आणल्या, ज्या छांदोग्योपनिषदाच्या केंद्रस्थानी आहेत. उपनिषदांमधील ब्रह्म हे सर्वसमावेशक, रूपरहित वास्तव आहे जे पूर्वीच्या ग्रंथांच्या देवता आणि कर्मकांडांपलीकडे आहे. छांदोग्योपनिषदात (३.१४.१), ब्रह्म तज्जलान म्हणून वर्णन केलेले आहे—सर्व अस्तित्वाचा स्रोत, पोषक आणि गंतव्य म्हणून. ही संकल्पना ऋग्वेदाच्या देवतांपासून एक महत्त्वपूर्ण विचलन दर्शवते, ज्यामुळे अमूर्त आणि सार्वत्रिकतेच्या दिशेने वळण सूचित होते. प्रश्न असा आहे की हा बदल वैदिक

विचारातील शुद्ध आंतरिक विकास होता की बाह्य प्रभावांचे उत्तर, विशेषतः श्रमण चळवळीचे.

श्रमण तत्वज्ञान आणि त्याची उपनिषदिक विचारांशी समांतरता

श्रमण परंपरा, विशेषतः जैन धर्म आणि बौद्ध धर्म, उपनिषदीक संकल्पनांशी आश्चर्यकारक समांतरता सांगतात, ज्यामुळे संवादाची शक्यता सूचित होते. जैन धर्मात आत्मा (जीव) शाश्वत आणि तापसी पद्धती आणि ज्ञानाद्वारे मुक्ती साध्य करण्यायोग्य आहे, हे उपनिषदीक आत्म्याशी साम्य आहे. बौद्ध धर्म, कायमस्वरूपी आत्म्यास नकार देत, वास्तवाच्या स्वरूपातील अंतर्दृष्टीद्वारे

मुक्तीवर जोर देतो, जो उपनिषदीक ब्रह्माच्या शोधाशी जुळतो. दोन्ही परंपरा संसार आणि मोक्षाचा शोध घेतात, कल्पना ज्या उपनिषदांमध्ये येतात पण पूर्वीच्या वैदिक ग्रंथांमध्ये कमी प्रमुख आहेत. श्रमणांचा ध्यान आणि आत्मसाक्षात्कारावर जोर उपनिषदीक कर्म-कांड (कर्मकांड) पेक्षा ज्ञान-कांड (ज्ञान) अधोरेखित करतो. उदाहरणार्थ, छांदोग्योपनिषदातील "शांततेत उपासना करा" (शांत उपासित) ही सूचना श्रमण पद्धतींशी साम्य असलेल्या ध्यानात्मक दृष्टिकोनाचे प्रतिबिंबित करते. तज्जलानची संकल्पना, सृष्टी, पोषण आणि विलयाच्या चक्राकार दृष्टिकोनासह, श्रमण विचारांशी प्रतिध्वनीत होते, विशेषतः प्रारंभिक बौद्ध शिकवणींमध्ये अवलंबित उत्पत्ती (प्रतीत्यसमुत्पाद) मधील

क्षणभंगुरता आणि अस्तित्वाची परस्परसंबंधितता.

परस्परसंवादाचे ऐतिहासिक पुरावे

ऐतिहासिक पुरावे सूचित करतात की, वैदिक आणि श्रमण समुदाय गंगा मैदानात संवाद आणि वादविवाद करत सह-अस्तित्वात होते. छांदोग्योपनिषद स्वतः तात्त्विक चर्चांच्या कथा सामावते, जसे की उद्दालक आरुणी आणि त्याचा पुत्र श्वेतकेतू यांच्यातील, ज्या श्रमण शिक्षकांच्या द्वंद्वात्मक शैलीशी साम्य आहेत. उपनिषदांमध्ये विदेहाचे राजा जनक यांसारखे व्यक्ती उल्लेखित आहेत, जे वैदिक आणि गैर-वैदिक विचारवंतांचे संरक्षक होते, ज्यांनी याज्ञवल्क्य आणि श्रमण-सारख्या तापसींच्या

वादविवादांचे आयोजन केले. श्रमणांच्या वैदिक कर्मकांडवादावर—विशेषतः प्राण्यांच्या बलिदान आणि वर्णव्यवस्थेवर—टीकेने वैदिक विचारवंतांना त्यांचे तत्त्वज्ञान पुनर्रचित करण्यास दबाव दिला असावा. वेद प्रामाण्य जतन करत उपनिषदांमधील बाह्य कर्मकांडांपासून अंतर्गत साक्षात्काराकडे वळण ही टीका संबोधित करण्याचा प्रयत्न असावा . उदाहरणार्थ, छांदोग्योपनिषद (१.१०–१२) कर्मकांडांना ध्यानात्मक पद्धती म्हणून रूपकात्मक वर्णन करते. जो देवता-विशिष्ट उपासना नाकारून अमूर्त तत्त्वांचा पुरस्कार करतो अशा श्रमण सार्वत्रिकवादाला ब्रह्माची सार्वत्रिक, गैर-मानवीय वास्तवाची संकल्पना ही वैदिक उत्तर असू शकते.

श्रमणांचा तज्जलानवर प्रभाव पडला का?

तज्जलान हा शब्द स्वतः, जसा अध्याय २ मध्ये चर्चा केली, छांदोग्योपनिषदातील अनन्य सृजन आहे, जो ब्रह्माच्या सर्व अस्तित्वाच्या उत्पत्ती, पोषक आणि शेवटच्या भूमिकेला सामावतो. त्याची मर्यादितता थेट श्रमण प्रभाव सिद्ध करणे कठीण करते, पण तात्त्विक संदर्भ अप्रत्यक्ष प्रभाव सूचित करतो. ब्रह्माला कर्मकांड चौकटींमधून अतीत व्यक्त करण्यासाठी श्रमणांचा चक्राकार अस्तित्व आणि ज्ञानाद्वारे मुक्तीवर जोर वैदिक ऋषींना प्रेरित करू शकतो. जरी वैदिक शब्दांत व्यक्त केले असले तरी तज्जलानची त्रयी रचना—सृष्टी, पोषण, विलय—जीवनाला जन्म, अस्तित्व आणि मृत्यूच्या चक्र म्हणून पाहण्याच्या श्रमण दृष्टिकोनाचे प्रतिध्वनित

करते. शाण्डिल्य सिद्धांत, ज्यात तज्जलान प्रकट होतो, ध्यानात्मक उपासना अधोरेखित करतो, जी वैदिक कर्मकांडवादापेक्षा श्रमण तापसीवादाशी जास्त जुळते. जे श्रमण शिकवणींशी स्पर्धा करू शकेल असे सार्वत्रिक सत्य व्यक्त करण्यासाठी शाण्डिल्य, किंवा तांड्य शाखेच्या संकलकांनी वैदिक परंपरेच्या मुळांशी जोडलेले राहून तज्जलान सृजित केला असावा. शब्दाची काव्यात्मक आणि ध्यानात्मक गुणवत्ता श्रमण विचारांनी प्रभावित व्यापक श्रोत्यांना आवाहन करण्याचा प्रयत्न सूचित करते. मात्र, थेट उधार घेणे अशक्य आहे. छांदोग्योपनिषद वैदिक चौकट जतन करते, ब्रह्म आणि श्रुती प्रमाणाची उद्घोषणा करतो. तज्जलानची भाषिक रचना, संस्कृत संयुक्तांमध्ये मूळ,

स्पष्टपणे वैदिक आहे. त्याऐवजी, प्रभाव द्वंद्वात्मक असावा—परस्पर देवाणघेवाण ज्यात वैदिक विचारवंतांनी श्रमण टीका शोषली आणि समकालीन आध्यात्मिक गरजा संबोधित करण्यासाठी त्यांची तत्वज्ञाने पुनर्रचित केली.

व्यापक सांस्कृतिक गतिमानता

श्रमण चळवळीचा उदय प्राचीन भारतातील सामाजिक-आर्थिक बदलांशी जुळतो, ज्यात शहरीकरण आणि व्यापारी वर्गाची वाढ यांचा समावेश, ज्याने वैदिक व्यवस्थेला आव्हान दिले. या बदलांनी तात्त्विक नवकल्पनांसाठी सुपीक भूमी तयार केली, जसे उपनिषदांमधील सार्वत्रिक सत्यांवर

जोर, जे सर्वांसाठी उपलब्ध, फक्त पुरोहितांसाठी नाही. श्रमण समानतावादाशी जुळवत वैदिक प्रामाण्य जतन करत तज्जलान म्हणून ब्रह्माची संकल्पना—वर्ण आणि कर्मकांडाच्या पलीकडील वास्तव—आध्यात्मिक ज्ञानाच्या लोकशाहीकरणाचा प्रयत्न असावा. श्रमण प्रभाव उपनिषदांमधील नैतिक स्वरातही दिसतो. जरी या कल्पना वैदिक मुळांच्या असल्या तरी, उपनिषदांमधील त्यांची प्रमुखता कदाचित गैर-वैदिक परंपरांच्या वाढत्या प्रभावाला विरोध करण्यासाठी श्रमण नीतींशी संश्लेषण सूचित करते.

श्रमण प्रभावाच्या मर्यादा

या समांतरतांनंतरही, वैदिक परंपरा वेगळी राहिली. ब्रह्म आणि तज्जलान ऋताच्या वैदिक विश्वरचना आणि श्रुती प्रामाण्य आधारित आहेत, ज्याला श्रमणांनी नाकारले. उपनिषदांमधील आत्मा आणि ब्रह्माची एकात्मतेचा जोर बौद्ध कायमस्वरूपी आत्म्याच्या नकारापासून आणि जैन बहु-आत्म्या पासून वेगळा आहे. अशा प्रकारे, श्रमणांनी वैदिक विचारवंतांना त्यांच्या संकल्पना शुद्ध करण्यास प्रेरित केले असले तरी, तज्जलान आणि ब्रह्म वैदिक विकासाचे उत्पादन आहेत.

निष्कर्ष

श्रमण चळवळीने ब्रह्म आणि तज्जलानच्या वैदिक विकासावर अप्रत्यक्ष पण महत्त्वपूर्ण प्रभाव पाडला असावा. उपनिषदे, ज्यात छांदोग्य सामावलेले आहे, कर्मकांडवाद आणि वर्णव्यवस्थेच्या श्रमण टीकेला उत्तर दर्शवतात, ध्यानात्मक आणि सार्वत्रिक धारणा स्वीकारत गैर-वैदिक विचाराशी प्रतिध्वनीत होतात. तज्जलानची ब्रह्माच्या चक्राकार साराची अनन्य अभिव्यक्ती श्रमण क्षणभंगुरता आणि मुक्तीच्या कल्पनांपासून प्रेरित असू शकते, तरी त्याची वैदिक मुळे आणि भाषिक रूप श्रुती परंपरेत त्याचे स्थान पुष्ट करते. वैदिक आणि श्रमण विचारांमधील हा गतिशील संवाद भारतीय अध्यात्मवादाला समृद्ध

करतो, पुढील अध्यायात शोधलेल्या नंतरच्या विकासांसाठी दृश्यमान करतो, जो तज्जलानने पुढील आध्यात्मिक संकल्पनांवर कसा प्रभाव पाडला हे शोधतो.

.********

4. तज्जलान संकल्पनेवर आधारित अन्य संकल्पनांचा नंतरच्या काळातील विकास

छांदोग्योपनिषदात (३.१४.१) तज्जलान हा शब्द ब्रह्माचे वर्णन म्हणून प्रस्तुत केला गेला—जे अंतिम सत्य आहे ज्यापासून सर्व उद्‌भवते, ज्यात सर्व अस्तित्वात आहे आणि ज्यात सर्व विलीन होते—हा उपनिषदीक विचाराचा शिखर दर्शवतो. हा शब्द स्वतः छांदोग्योपनिषदापुरता मर्यादित असला तरी, अस्तित्वाचा स्रोत, पोषक आणि शेवट म्हणून ब्रह्माची ही मूळ संकल्पना भारतीय अध्यात्मवादाला आकार देण्यात महत्त्वपूर्ण ठरली. हा अध्याय तज्जलानच्या तात्त्विक साराने वेदांताच्या व्यवस्थीकरणापासून हिंदू,

बौद्ध आणि इतर परंपरांच्या नैतिक आणि ध्यानात्मक चौकटींपर्यंत नंतरच्या आध्यात्मिक संकल्पनांवर कसा प्रभाव पाडला हे शोधतो. त्याचा वारसा शोधून, आपण हा एकल शब्द भारतीय आध्यात्मिक विचाराच्या विकासात आणि आध्यात्मिक साधनेत त्याच्या शाश्वत प्रासंगिकतेचा शोध घेतो.

तज्जलान आणि वेदांताचा उदय

छांदोग्योपनिषदाने, जे मुख्य उपनिषदांपैकी एक आहे, वैदिक बुद्धिमत्तेची परिपूर्णता म्हणून वेदांताच्या विकासात मध्यवर्ती भूमिका बजावली. तज्जलानची संकल्पना, ज्यात सृष्टी, पोषण आणि विलयात ब्रह्माची गतिशील भूमिका

सामावलेली आहे, वेदांतिक विचारवंतांसाठी मूलभूत कल्पना पुरवली ज्यांनी उपनिषदीक शिकवणी व्यवस्थित करण्याचा प्रयत्न केला. शब्दाचा ब्रह्मावर जोर, जो अंतर्भूत आणि अतीत दोन्ही आहे, वेदांताच्या वास्तव आणि आत्म्याच्या (आत्मा) स्वरूपाच्या मुख्य चौकशीशी प्रतिध्वनीत होतो.

अद्वैत वेदांत

अद्वैत वेदांताचे संस्थापक आदि शंकराचार्य (सुमारे ई.स. आठवे शतक) यांनी त्यांच्या ब्रह्मसूत्र भाष्यात छांदोग्योपनिषदाचा विस्तृत उल्लेख केला. तज्जलान थेट उद्धृत नसला तरी, त्याची संकल्पनात्मक चौकट अद्वैताच्या अद्वैतवादी दृष्टिकोनाला आधार देते की ब्रह्म एकमेव वास्तव आहे, विश्व त्याचे प्रकटीकरण (विवर्त) आहे. तज्जलानची

त्रयी रचना—सृष्टी, पोषण, विलय—अद्वैताच्या जगाला दिसणे (माया) म्हणून समजण्याशी जुळते जे ब्रह्मापासून उद्भवते, पोषित होते आणि शेवटी ब्रह्मात विलीन होते. शंकराचार्यांचे प्रसिद्ध वाक्य, ब्रह्म सत्यं जगत् मिथ्या ("ब्रह्म सत्य आहे, जग मिथ्या आहे"), तज्जलानच्या ब्रह्माच्या सर्व घटनांच्या खाली एकमेव वास्तवाच्या चित्रणाशी प्रतिध्वनीत होते. "शांततेत उपासना करा" ही ध्यानात्मक सूचना साक्षात्कारासाठी अद्वैताच्या आत्म-शोध (आत्मविचार) आणि आत्मा-ब्रह्माची एकात्मता यांच्याशी जुळते.

विशिष्टद्वैत आणि द्वैत

नंतरच्या वेदांत शाखा, जसे रामानुजांचे विशिष्टाद्वैत (११वे शतक ई.स.) आणि

मध्वांचे द्वैत (१३वे शतक ई.स.), जरी वेगळ्या व्याख्यांसह असल्या तरी मूलतः तज्जलानसारख्या उपनिषदीक संकल्पनांवर आधारित होत्या. विशिष्टाद्वैतात, रामानुजांनी ब्रह्माला (विष्णूशी ओळखलेले) विश्वाचा स्रोत आणि पोषक म्हणून पाहिले, वैयक्तिक आत्मे आणि पदार्थ त्याचे गुणधर्म म्हणून. तज्जलानची ब्रह्माची उत्पत्ती आणि अंताजी संकल्पना रामानुजांच्या वैयक्तिक देवतेच्या दृष्टिकोनाला आधार देते जी विश्व सृष्टी करते आणि परत शोषून घेते. मध्वांचे द्वैत, ज्यात विष्णूच्या वैश्विक सृष्टी आणि विलयातील भूमिकेवर जोर देऊन ब्रह्म आणि वैयक्तिक आत्म्यांमधील द्वैतवादी भेद आहे, तज्जलानच्या चक्राकार दृष्टिकोनाशी जुळते. अशा प्रकारे, तज्जलानची चौकट विविध

वेदांतिक व्याख्यांसाठी लवचिक आध्यात्मिक आधार पुरवते.

नंतरच्या हिंदू ग्रंथांवर प्रभाव

वेदांताच्या पलीकडे, तज्जलानची संकल्पनात्मक साराने नंतरच्या हिंदू ग्रंथांवर प्रभाव पाडला, विशेषतः भगवद्गीता आणि पुराणे, ज्यांनी उपनिषदीक तत्त्वज्ञान भक्ती आणि कथात्मक चौकटींमध्ये एकत्र केले.

भगवद्गीता

भगवद्गीता (सुमारे दुसरे शतक ई.पू.–दुसरे शतक ई.स.), महाभारताचा भाग, उपनिषदीक आध्यात्मवादाला भक्ती (भक्ती) आणि कर्म (कर्म) शी संश्लेषित करते. गीतेचे कृष्णाचे सर्वोच्च ब्रह्म म्हणून चित्रण जे

विश्व सृष्टी करते, पोषित करते आणि विलीन करते (उदा., गीता ७.६: “मी सर्वांचा स्रोत आहे; माझ्यापासून सर्व उद्भवते”) तज्जलानच्या त्रयी रचनेशी प्रतिध्वनीत होते. अध्याय ११ मधील कृष्णाचे विश्वरूप दर्शन, ज्यात विश्व उद्भवते आणि त्यात परत येत असते, तज्जलानच्या ब्रह्माच्या सर्वसमावेशक वास्तवाच्या दृष्टिकोनाशी जुळते. गीतेचा ध्यानात्मक दृष्टिकोण आणि दैवी समर्पणावर जोर छांदोग्याच्या “शांततेत उपासना करा” या सूचनेचे प्रतिध्वनित करतो, तज्जलानचा ध्यानात्मक भाव व्यापक श्रोत्यांसाठी अनुकूलित करतो.

पुराणे

पुराणे, सुमारे तिसऱ्या ते दहाव्या शतकात ई.स. रचले गेले, उपनिषदीक

कल्पना पौराणिक कथांद्वारे लोकप्रिय केल्या. विष्णुपुराण आणि भागवत पुराण यांसारखे ग्रंथ विष्णूला विश्वाचा सृष्टीकर्ता, पालक आणि विनाशक म्हणून वर्णन करतात, जे तज्जलानच्या ब्रह्माच्या चित्रणाशी साम्य आहे. शिवपुराण शिवाला विश्व विलीन होणारे अंतिम वास्तव म्हणून चित्रित करते, जे तज्जलानच्या विलय पैलूला प्रतिबिंबित करते. दैवी लीला (वैश्विक खेळ) च्या कथांमध्ये सामावून या ग्रंथांनी तज्जलानची आध्यात्मिक अंतर्दृष्टी सामान्य भक्तांसाठी उपलब्ध केली.

भक्ती आणि तांत्रिक परंपरांवर प्रभाव

तज्जलानची संकल्पना भक्ती आणि तांत्रिक चळवळींवरही प्रभावी पडली, ज्या अनुक्रमे वैयक्तिक भक्ती आणि गूढ पद्धतींवर जोर देतात.

भक्ती चळवळ

भक्ती चळवळ (सुमारे सातवे–सतरावे शतक ई.स.) वैयक्तिक देवतेवर, भावनात्मक भक्तीवर जोर देते, जसे कृष्ण किंवा राम. जरी ते ईश्वरीय परंपरांमध्ये मूळ असले तरी, भक्तीने दैवी एकात्मतेच्या उपनिषदीक कल्पना शोषल्या. तज्जलानची ब्रह्माची स्रोत आणि शेवट या संकल्पनेने भक्ती कवींना प्रेरित केले, जसे तुलसीदास आणि मीराबाई, ज्यांनी त्यास सर्व प्राण्यांमध्ये अंतर्भूत

म्हणून पाहिले. तज्जलानची ध्यानकेंद्रितता भक्ती पद्धतींना प्रभावित करते, जसे नामजप (दैवी नावांचा जप), जो आतल्या दैवी उपस्थिती साक्षात्कारासाठी उद्देशित, "शांततेत उपासना करा" शी सुसंगत आहे.

तांत्रिक परंपरा

सुमारे ई.स. पाचव्या शतकात उद्भवलेल्या तांत्रिक परंपरने उपनिषदीक आध्यात्मवादाला कर्मकांड आणि योगिक पद्धतींना एकत्र जोडले. तज्जलानची संकल्पना—विश्वाच्या ब्रह्मापासून चक्राकार उद्भव आणि परत येण्यावर जोर—तांत्रिक विश्वाच्या दैवी उर्जे (शक्ती) च्या प्रकटीकरणाच्या दृष्टिकोनाशी प्रतिध्वनीत होते. कुलार्णव तंत्र यांसारखे ग्रंथ विश्व दैवी शक्तीमध्ये उद्भवते आणि विलीन होते

म्हणून वर्णन करतात, जे तज्जलानची त्रयी रचना प्रतिबिंबित करते. तांत्रिक ध्यान पद्धती, ज्या व्यावहारिकाची वैश्विक ऊर्जेशी एकात्मता कल्पना करतात, तज्जलानच्या ध्यानात्मक भावाचे प्रतिबिंबित करतात.

अहिंदू परंपरांमध्ये अनुनाद

प्राचीन भारताच्या सामायिक तात्त्विक वातावरणाद्वारे तज्जलान संकल्पनेने अप्रत्यक्षपणे गैर-हिंदू परंपरांवर प्रभाव पाडला, विशेषतः बौद्ध आणि जैन. तज्जलान छांदोग्योपनिषदापुरता अनन्य असला तरी, त्याची अस्तित्वाची चक्राकार दृष्टी बौद्ध अवलंबित उत्पत्ती (प्रतीत्यसमुत्पाद) शिकवणींशी समांतर आहे, जी घटना परस्परसंबंधित उद्भवत आणि संपत

असल्याचे वर्णन करते. जरी वेगळ्या चौकटीत असली तरी नागार्जुनाने (सुमारे दुसरे शतक ई.स.) व्यक्त केलेली महायान बौद्ध शून्यता (शून्यता) संकल्पना तज्जलानच्या द्वैतांपलीकडील वास्तवाशी जुळते. जैन धर्मात, आत्म्याचा संसारातून मुक्तीकडे प्रवासाची कल्पना तज्जलानच्या चक्राकार चौकटीला प्रतिध्वनित करते, ज्यामुळे उपनिषदीक विचाराने प्रभावित सामायिक बौद्धिक वारसा सूचित होतो.

नैतिक आणि ध्यानधारणेचे परिणाम

तज्जलानची संकल्पना भारतीय अध्यात्मवादातील नैतिक आणि ध्यानात्मक पद्धतींना आकार देते. सर्व प्राण्यांच्या

आधारभूत असलेले सार्वत्रिक वास्तव म्हणून ब्रह्माचे चित्रण एकात्मता आणि करुणेची भावना वाढवते. छांदोग्योपनिषदाच्या व्यापक शिकवणी, जसे तत् त्वम असि ("तू ते आहेस"), सर्व प्राण्यांना एकाच साराचे असल्याची कल्पना मजबूत करतात, ज्याने नंतरच्या हिंदू अहिंसा आणि सार्वत्रिक प्रेमाच्या नीतींना प्रभावित केले. हा नैतिक दृष्टिकोन पतंजलींच्या योगसूत्रांमध्ये (सुमारे दुसरे शतक ई.पू.–चौथे शतक ई.स.) दिसतो, ज्यात आत्मा आणि विश्वाची एकात्मता साक्षात्कारासाठी समाधी वर जोर दिला गेला, जो तज्जलानच्या ध्यानात्मक सूचनेशी जुळतो. "शांततेत उपासना करा" ही ध्यानात्मक सूचना विविध परंपरांमध्ये पद्धतींना प्रेरित करते. अद्वैत वेदांतात, ती

ब्रह्म साक्षात्कारासाठी निदिध्यासन (गहन चिंतन) ला प्रभावित करते. योगात, ती अहंकार विलय करण्यासाठी ध्यान (ध्यान) शी प्रतिध्वनीत होते . भक्तीत, ती भक्तिमय ध्यानाला माहित करते, तर तंत्रात, ती कल्पनात्मक पद्धतींना आकार देते. तज्जलानची संकल्पना अशा प्रकारे ध्यान परंपरांसाठी आधारभूत बनली जी वैयक्तिकाला वैश्विकशी जोडण्याचा शोध घेतात.

आधुनिक भारतीय अध्यात्मातील वारसा

आधुनिक काळात, तज्जलानची संकल्पना, ब्रह्माशी त्याच्या संबंधाद्वारे, स्वामी विवेकानंद (१९वे शतक) आणि श्री

अरविंद (२०वे शतक) यांसारख्या विचारवंतांना प्रभावित झाले. विवेकानंदाची वेदांताची सार्वत्रिक व्याख्या, सर्व प्राण्यांच्या दैवीत्वावर जोर, छांदोग्योपनिषदाच्या ब्रह्माच्या सर्वसमावेशक दृष्टिकोनावर आधारित आहे. अरविंदाची एकात्म योग, जी वैयक्तिक चेतनाला दैवीशी एकत्र करण्याचा शोध घेते, तज्जलानच्या अस्तित्वाच्या सृष्टी आणि विलयाच्या गतिशील खेळाच्या चक्राकार दृष्टिकोनालो प्रतिबिंबित करते. या आधुनिक व्याख्यांनी तज्जलानच्या अंतर्दृष्टी जगभरातील श्रोत्यांसाठी उपलब्ध केल्या, वेदांतिक कल्पनांच्या प्रसारात योगदान दिले.

निष्कर्ष

तज्जलानची संकल्पना, जरी छांदोग्योपनिषदातील एका एकट्या श्लोकापुरती मर्यादित असली तरी, भारतीय अध्यात्मवादावर कायमचा ठसा सोडला. अस्तित्वाचा स्रोत, पोषक आणि शेवट म्हणून ब्रह्माच्या चित्रणाने वेदांत तत्त्वज्ञानाला आकार दिला, भक्ती आणि तांत्रिक परंपरांना प्रभावित केले आणि बौद्ध आणि जैन यांसारख्या गैर-हिंदू परंपरांमध्येही प्रतिध्वनीत झाले. त्याच्या नैतिक आणि ध्यानात्मक परिणामांद्वारे, तज्जलानने एकात्मता आणि अलौकिक दृष्टिकोनाला प्रोत्साहन दिले जे हिंदू विचार आणि साधनेत सामावले. पुढील अध्याय हा प्राचीन संकल्पना आधुनिक वैज्ञानिक समजुतींशी कसा जुळते हे शोधेल,

अध्यात्मवाद आणि विज्ञान यांच्यातील दरी जोडेल.

****

5. तज्जलान आणि आधुनिक विज्ञान

जरी प्राचीन भारतीय अध्यात्मवादात मूळ असली तरी, तज्जलानची एकल, सर्वसमावेशक वास्तवाची संकल्पना विशेषतः विश्वरचना, क्वांटम भौतिकशास्त्र आणि चेतना अभ्यासात आधुनिक वैज्ञानिक विश्वाच्या समजुतींशी तुलना करण्यास आमंत्रित करते. हा अध्याय तज्जलानची संकल्पना समकालीन विज्ञानाशी कशी जुळते हे शोधतो, समांतरता आणि भेद अधोरेखित करतो आणि अध्यात्मिक आणि वैज्ञानिक चौकशीच्या वेगळ्या पद्धतींचा वापराचा विचार करतो.

तज्जलान आणि विश्वविज्ञान :विश्वाची उत्पत्ती आणि विघटन

तज्जलानची संकल्पना ब्रह्माला विश्व उद्भवण्याचा स्रोत आणि ज्यात ते विश्व परत विलीन होत असल्याचे सांगते, ही चक्राकार दृष्टी विश्वाच्या उत्पत्ती आणि शेवटाच्या आधुनिक विश्वरचनात्मक सिद्धांतांशी प्रतिध्वनीत होते. छांदोग्योपनिषदातील तज्जलानचे वर्णन सर्व अस्तित्वाच्या खाली असलेल्या एकल वास्तवाच्या कल्पनेशी जुळते, जी विश्वाच्या सुरुवाती आणि शेवटच्या वैज्ञानिक मॉडेलांमध्ये समांतरता शोधते.

महास्फोट आणि वैश्विक चक्रे

आधुनिक विश्वरचना सांगते की विश्व सुमारे १३.८ अब्ज वर्षांपूर्वी महाविस्फोटाने सुरू झाले, एकल घटना ज्यापासून सर्व पदार्थ, ऊर्जा, अवकाश आणि काळ उद्‌भवला. ही एकल उत्पत्ती बिंदूची कल्पना तज्जलानच्या “ज्यापासून तो उद्‌भवला” या ब्रह्माच्या चित्रणाशी प्रतिध्वनीत होते. महाविस्फोट सामान्य सापेक्षता आणि क्वांटम यांत्रिकीने वर्णन केलेली भौतिक घटना असली तरी, तज्जलान ब्रह्माला भौतिकतेच्या पलीकडील आध्यात्मिक स्रोत म्हणून रचतो, तरी दोन्ही सर्व अस्तित्वासाठी एकत्रित उत्पत्ती सूचित करतात. तज्जलानची विलय कल्पना—“ज्यात तो विलीन होईल”—विश्वाच्या संभाव्य शेवटाच्या वैज्ञानिक

सिद्धांतांशी जुळते. विश्वरचनाविद्यां बिग क्रंच अर्थात महासंकुचन, ज्यात विश्व एकल बिंदूत कोसळते, किंवा उष्णतामृत्यू, ज्यात ते कमाल एन्ट्रॉपी अवस्थेत विस्तारते, यांसारखे अनेक परिदृश्य सुचवतात. महासंकुचन विशेषतः तज्जलानच्या चक्राकार दृष्टिकोनाशी जुळते, कारण ते विश्व एकल अवस्थेत परत येऊ शकते, कदाचित दुसऱ्या सृष्टी चक्राला सुरुवात देऊन. काही कल्पनात्मक मॉडेल्स, जसे चक्राकार विश्वरचना विश्व विस्तार आणि संकुचनाच्या पुनरावृत्ती चक्रांतून जाते असे सुचवतात, जे तज्जलानच्या सतत प्रक्रियेच्या सृष्टी आणि विलयाच्या दृष्टिकोनाशी जवळजवळ जुळते.

कॉस्मिक वेब आणि पोषण

तज्जलानची मध्य कल्पना—“ज्यात तो श्वास घेतो”—ब्रह्माला विश्वाचा पोषण करणारे वास्तव म्हणून वर्णन करते. आधुनिक विश्वरचनेत, विश्वाची रचना, अनेकदा “वैश्विक जाळी” म्हणून ओळखली जाते, जी आकाशगंगा आणि क्लस्टर्सची बनलेली आहे जी गुरुत्वाकर्षण आणि अदृष्य पदार्थां(डार्क मॅटर)ने परस्परजोडलेली आहे. ही विश्वाला पोषित करणारी परस्परजोडलेल्या स्वरूपातील एकत्रित चौकट सूचित करते, जिचे अस्तित्वाच्या आधार म्हणून ब्रह्माशी साम्य आहे. अदृष्य ऊर्जा(डार्क एनर्जी), जी विश्वाच्या वेगवान विस्ताराला चालित करते, वैश्विक गतिशीलता कायम ठेवणारी शक्ती म्हणून पाहिली जाऊ शकते, ती तज्जलानच्या

सर्व अस्तित्वात असलेल्या वास्तवाच्या कल्पनेशी जुळते. विज्ञान या घटनांचे भौतिक शब्दांत वर्णन करत असले तरी, तज्जलान निरीक्षणीय पदार्थ आणि ऊर्जेच्या पलीकडील खोल एकात्मतेचा आध्यात्मिक दृष्टिकोन देते.

क्वांटम भौतिकशास्त्र आणि वास्तवाचे स्वरूप

ब्रह्माला एकल, सर्वसमावेशक वास्तव म्हणून तज्जलानची संकल्पना क्वांटम भौतिकशास्त्रात रोचक समांतरता शोधते, जी वास्तवाच्या शास्त्रीय कल्पनांना आव्हान देते आणि मूलभूत परस्परजोडलेल्या स्वरूपाची सूचना करते.

क्वांटम फील्ड सिद्धांत

क्वांटम क्षेत्र सिद्धांत (क्यूएफटी) सांगतो की सर्व कण आणि शक्ती अवकाश-काळात सामावलेल्या अंतर्गत क्वांटम क्षेत्रांमधून उद्भवतात. ही क्षेत्रे, जसे विद्युतचुंबकीय किंवा हिग्स क्षेत्र, सर्व पदार्थ आणि ऊर्जेचे स्रोत आहेत, जसे तज्जलानमध्ये ब्रह्म सर्व अस्तित्वाचा स्रोत आहे. कण क्षेत्रांमधून उद्भवतात आणि परस्परक्रियांमध्ये परत विलीन होतात ही कल्पना तज्जलानच्या त्रयी चक्राशी जुळते. उदाहरणार्थ, क्यूएफटीतील आभासी कण क्वांटम क्षेत्रांमध्ये प्रकट होतात आणि नष्ट होतात, तज्जलानच्या सृष्टी आणि विलयाचे वर्णन करण्यासारखे. क्वांटम क्षेत्रे गणितीय रचनात्मक असली तरी, ब्रह्म आध्यात्मिक

तत्त्व आहे, तरी दोन्ही विविध घटनांच्या खाली एकत्रित आधार सूचित करतात.

स्थानिकता नसणे आणि गुंतागुंत

क्वांटम यांत्रिकी जडणघडणासारख्या घटना उघड करते, ज्यात कण विशाल अंतरांवर परस्परजोडलेले राहतात, ज्यामुळे वेगळेपणा भ्रम आहे अशी गैर-स्थानिक वास्तवाची सूचना होते. हे तज्जलानच्या ब्रह्माच्या एकल वास्तवाच्या दृष्टिकोनाशी प्रतिध्वनीत होते जे सर्व प्राण्यांना एकत्रित करते. त्याच छांदोग्योपनिषदातील उपनिषदीक शिकवण तत् त्वम असि ("तू ते आहेस"), तज्जलानला पूरक आहे जी वैयक्तिक (आत्मा) आणि ब्रह्माची एकात्मता अधोरेखित करते. त्याचप्रमाणे, क्वांटम गैर-स्थानिकता स्वतंत्र अस्तित्वांच्या कल्पनांना

आव्हान देते, परस्परजोडलेल्या विश्वाच्या उपनिषदीक दृष्टिकोनाशी जुळते. विज्ञान आध्यात्मिक दावे टाळत असले तरी, समांतरता सूचित करतात की तज्जलानचा समग्र दृष्टिकोन वास्तवाच्या एकात्मतेच्या आधुनिक अंतर्दृष्टींना पूर्वानुमान देते.

चेतना आणि तज्जलान

तज्जलानची संकल्पना, “शांततेत उपासना करा” ही ध्यानात्मक सूचनेसह, चैतन्याला ब्रह्म साक्षात्काराचा मार्ग म्हणून अधोरेखित करते. चेतनेच्या दृष्टीने भौतिकवादी दृष्टिकोनातून येत असले तरी आधुनिक मेंदूशास्त्र आणि चेतना अभ्यास रोचक समांतरता देतात.

मूलभूत तत्व म्हणून जाणीव

काही वैज्ञानिक आणि तत्वज्ञानी, जसे जुलियो टोनोनींची एकात्म माहिती सिद्धांत (इंटिग्रेटेड इन्फॉर्मेशन थेरी) किंवा रॉजर पेनरोज आणि स्टुअर्ट हॅमरॉफचे संयोजित उद्देश्य कमीकरण (ओर्च-ओआर), सुचवतात की चेतना विश्वाची मूलभूत गुणधर्म असू शकते, फक्त मेंदू क्रियेने उद्भवणारी घटना नाही. हा दृष्टिकोन तज्जलानच्या ब्रह्माच्या "श्वास घेतो" या सर्वव्यापी वास्तवाच्या चित्रणाशी जुळते. उपनिषदीक कल्पना की ब्रह्म स्वतः चेतना आहे (सत्-चित्-आनंदातील चित) पॅनसायकिस्ट दृष्टिकोनांमध्ये समांतरता शोधते ज्यात चेतना भौतिक वास्तवाचा आधार आहे.

ध्यान आणि न्यूरोप्लास्टिकिटी

छांदोग्योपनिषदातील ब्रह्माला तज्जलान म्हणून ध्यान करण्याची सूचना ध्यानाच्या प्रभावांवर वैज्ञानिक शोधांशी जुळते. अभ्यास दाखवतात की “शांततेत उपासना करा” सारख्या माइंडफुलनेस आणि चिंतनात्मक पद्धती, न्यूरोप्लास्टिसिटी वाढवतात, तणाव कमी करतात आणि संज्ञानात्मक कार्य सुधारतात. विपश्यना किंवा ट्रान्सेंडेंटल ध्यान यांसारख्या भारतीय परंपरांमधील तंत्रे परस्परजोडलेल्या आणि एकात्मतेची भावना वाढवतात. विज्ञान मेंदूच्या यंत्रणेद्वारे या परिणामांचे स्पष्टीकरण देते, तर तज्जलान त्यांना विश्वाशी स्वतःच्या एकतेची जाणीव म्हणून

मांडते, जे आध्यात्मिक आणि वैज्ञानिक अंतर्दृष्टीचे एकत्रीकरण सूचित करते.

प्रणाली सिद्धांत आणि परस्परसंबंध

ब्रह्म हा अस्तित्वाचा स्रोत, पालनकर्ता आणि अंत आहे याविषयी तज्जलानचा समग्र दृष्टिकोन प्रणाली सिद्धांताशी जुळतो, जो जटिल प्रणालींचा परस्परसंबंधित संपूर्ण म्हणून अभ्यास करतो. विश्व, पर्यावरण प्रणाली आणि अगदी मानवी समाज मोठ्या प्रक्रियांमधून उद्भवणाऱ्या, पोषित होणाऱ्या आणि शेवटी विलीन होणाऱ्या प्रणाली म्हणून पाहिले जाऊ शकतात. उदाहरणार्थ, जेम्स लव्हलॉक यांनी मांडलेले गाया गृहीतक, पृथ्वीला एक स्वयं-नियमन करणारी प्रणाली

म्हणून पाहते, जी ब्रह्म तज्जलानमध्ये जीवन टिकवून ठेवते त्यासारखीच आहे. प्रणाली जीवशास्त्र, जे जीवनाचे प्रक्रियांचे एकात्मिक नेटवर्क म्हणून परीक्षण करते, ते तज्जलानच्या विविध स्वरूपांच्या अंतर्निहित एकाच वास्तवाच्या कल्पनेशी समांतर आहे. जरी अनुभवात्मक शब्दांत व्यक्त करत असली तरी ही वैज्ञानिक चौकट उपनिषदीक एकात्मता आणि चक्राकारतेच्या दृष्टिकोनाला प्रतिध्वनित करते.

मर्यादा आणि फरक

तज्जलान हे वैज्ञानिक संकल्पनांशी समांतर असले तरी, त्यांच्यात लक्षणीय फरक अजूनही आहेत. विज्ञान अनुभवजन्य

निरीक्षण आणि चाचणी करण्यायोग्य गृहीतकांवर अवलंबून आहे, तर तज्जलान हे आधिभौतिक अंतर्दृष्टी आणि ध्यान अनुभवावर आधारित आहे. बिग बँग, क्वांटम फील्ड आणि चेतना सिद्धांत भौतिक किंवा मोजता येण्याजोग्या घटनांचे वर्णन करतात, तर ब्रह्म भौतिकतेच्या पलीकडे एक निराकार, शाश्वत वास्तव म्हणून आहे. शिवाय, तज्जलानच्या चक्रीय दृष्टिकोनात एक आध्यात्मिक उद्देश समाविष्ट आहे - ब्रह्माशी एकता साकार करणे - ज्याला विज्ञान संबोधित करत नाही. हे फरक अधोरेखित करतात की तज्जलान आणि विज्ञान पूरक क्षेत्रात कार्य करतात, ज्यामध्ये पहिले एक तात्विक चौकट देते आणि दुसरे भौतिकवादी.

विज्ञान आणि अध्यात्म यांना जोडणारा दुवा

तज्जलान आणि विज्ञान यांच्यातील समांतरता संवादाची क्षमता दर्शवते. द ताओ ऑफ फिजिक्समध्ये फ्रिटजॉफ कॅप्रा सारख्या आधुनिक विचारवंतांनी पूर्वेकडील तत्वज्ञान आणि क्वांटम मेकॅनिक्समधील समानता लक्षात घेतली आहे, विशेषतः त्यांचा परस्परसंबंधावर भर. तज्जलान संकल्पना, त्याच्या समग्र दृष्टिकोनासह, अशा आंतरविद्याशाखीय अन्वेषणाला समर्थन देते, आध्यात्मिक ज्ञान आणि वैज्ञानिक चौकशीच्या संश्लेषणाला प्रोत्साहन देते. उदाहरणार्थ, मूलभूत म्हणून चेतनेचा उपनिषदिक दृष्टिकोन क्वांटम चेतनेतील

उदयोन्मुख सिद्धांतांशी जुळतो, वास्तवाच्या स्वरूपाबद्दल चर्चांना चालना देतो.

निष्कर्ष

ब्रह्माला अस्तित्वाचा उगम, आधार देणारा आणि अंत म्हणून चित्रित करणारी तज्जलान संकल्पना, आधुनिक विज्ञानात, बिग बँग आणि चक्रीय विश्वविज्ञानापासून ते क्वांटम क्षेत्रे आणि चेतना अभ्यासापर्यंत उल्लेखनीय समांतरता शोधते. विज्ञान विश्वाचे भौतिक भाषेत वर्णन करते, तर तज्जलान एक आधिभौतिक दृष्टीकोन देते जो या अंतर्दृष्टींना पूरक आहे, एकता आणि चक्रीयतेवर भर देतो. प्राचीन ज्ञानाला समकालीन ज्ञानाशी जोडून, तज्जलान सर्व

गोष्टींच्या परस्परसंबंधावर प्रकाश टाकते, आपल्याला अनुभवजन्य आणि आध्यात्मिक दोन्ही दृष्टिकोनातून वास्तवाचा शोध घेण्यास आमंत्रित करते. पुढील प्रकरणात आनंद आणि समृद्धी वाढवण्यासाठी ही गहन संकल्पना दैनंदिन जीवनात कशी लागू करता येईल याचा शोध घेतला जाईल, ज्यामुळे त्याचे प्राचीन ज्ञान आधुनिक व्यक्तीसाठी सुलभ होईल.

****

6. आनंदासाठी दैनंदिन जीवनात तज्जलान

खोलवर आध्यात्मिक असली तरी, तज्जलान ही केवळ तत्वज्ञानी किंवा तपस्वींसाठी राखीव असलेली अमूर्त कल्पना नाही; त्याचे सार आनंदी आणि समृद्ध जीवन जगण्याचे व्यावहारिक मार्ग प्रेरित करू शकते. तज्जलानमध्ये अंतर्निहित परस्परसंबंध, चक्रीयता आणि ध्यानशांतता स्वीकारून, एक सामान्य व्यक्ती दैनंदिन जीवनात आंतरिक शांती, उद्दिष्ट आणि सुसंवाद जोपासू शकते. हा अध्याय सजगता, नैतिक आचरण, ध्यान आणि सामुदायिक सहभागामध्ये रुजलेल्या कृतीशील पद्धतींचा शोध घेतो - ज्यामुळे व्यक्तींना

तज्जलानच्या ज्ञानाचे मूर्त रूप मिळू शकते, आधुनिक जगात पूर्णता आणि आनंदाचे जीवन जगता येते.

दैनंदिन जीवनासाठी तज्जलान समजून घेणे

तज्जलान त्याच्या गाभ्यामध्ये ब्रह्माच्या तीन पैलूंचा समावेश करतो: निर्मितीचा स्रोत ("ज्यापासून तो बाहेर आला"), अस्तित्वाचा पालनकर्ता ("ज्यामध्ये तो श्वास घेतो"), आणि विलोपनाचा बिंदू ("ज्यामध्ये तो विलोपन होईल"). ही त्रिकोणी चौकट सूचित करते की सर्व प्राणी एकमेकांशी जोडलेले आहेत, एका एकल वास्तवाचा भाग आहेत जे गतिमान आणि

शाश्वत दोन्ही आहे. "शांततेत उपासना करा" (शांत उपासित) हे एकता साकार करण्यासाठी ध्यान करण्याच्या दृष्टिकोनावर भर देते, आंतरिक शांतता आणि जागरूकतेच्या स्थितीला प्रोत्साहन देते. आधुनिक व्यक्तीसाठी, तज्जलान उद्दिष्ट आणि समाधानाने जगण्यासाठी एक रूपरेषा देते. जीवनाचे पैलू - आनंद, आव्हाने, सुरुवात आणि शेवट - हे एका मोठ्या संपूर्णतेचा भाग आहेत हे ओळखून, व्यक्ती लवचिकता, कृतज्ञता आणि आपलेपणाची भावना विकसित करू शकते. खालील पद्धती आत्म-जागरूकता, नैतिक जीवन आणि सार्वत्रिकतेशी संबंध यावरील उपनिषदिक भरावर आधारित तज्जलानच्या आधिभौतिक अंतर्दृष्टीचे दैनंदिन सवयींमध्ये रूपांतर करतात.

1. सजगता :वर्तमानात जगणे

ब्रह्माची तज्जलान संकल्पना "ज्यामध्ये तो श्वास घेतो" ही वर्तमान क्षणाला एक अशी जागा म्हणून अधोरेखित करते जिथे जीवन सार्वत्रिक वास्तवात उलगडते. सजगता - पूर्णपणे उपस्थित राहण्याची प्रथा - व्यक्तींना तज्जलानच्या या पैलूला मूर्त रूप देण्यास अनुमती देते. "आता" वर लक्ष केंद्रित करून, व्यक्ती ब्रह्माच्या शाश्वत साराशी जुळते, जीवनाच्या प्रवाहात शांती मिळवते.

प्रत्यक्ष पायऱ्या:

- **दैनिक सजगता सराव:** दररोज सकाळी ५-१० मिनिटे सजगता श्वास घेण्यासाठी समर्पित करा. आरामात बसा, डोळे

बंद करा आणि तुमच्या श्वासावर लक्ष केंद्रित करा, प्रत्येक श्वासाचे निरीक्षण करा आणि निर्णय न घेता श्वास सोडा. ही प्रथा शांततेच्या छांदोग्याच्या आवाहनाला प्रतिध्वनीत करते, तुम्हाला वर्तमान क्षणात आधार देते.

• **सजगता क्रियाकलाप:** नियमित कामांमध्ये - खाणे, चालणे किंवा काम करणे - पूर्ण लक्ष देऊन व्यस्त रहा. उदाहरणार्थ, जेवताना, जीवनाच्या शाश्वत उर्जेशी जोडण्यासाठी प्रत्येक घासाचा आस्वाद घ्या, चव आणि पोत लक्षात घ्या.

• **कृतज्ञता दैनंदिनी:** प्रत्येक दिवसाच्या शेवटी, ज्या गोष्टींसाठी तुम्ही कृतज्ञ आहात अशा तीन गोष्टी लिहा. ही पद्धत

तज्जलानने ब्रह्माला सर्वांचा स्रोत म्हणून ओळखले आहे हे प्रतिबिंबित करते, जीवनातील परस्पर जोडलेल्या देणग्यांबद्दल कृतज्ञता वाढवते.

सजगता हे तज्जलानशी जुळते, ज्यामुळे व्यक्तींना सार्वत्रिक वास्तवात जीवनाचा सतत प्रवाह अनुभवण्यास मदत होते, ताण कमी होतो आणि भावनिक कल्याण वाढते. अध्याय ५ मध्ये नमूद केल्याप्रमाणे, वैज्ञानिक अभ्यास दर्शवितात की सजगता मानसिक आरोग्य सुधारते, आनंदासाठी त्याची प्रभावीता वाढवते.

2. नैतिक जीवन :एकता आणि करुणेचे मूर्त स्वरूप

सर्व प्राण्यांना एकत्र करणारे ब्रह्म हे एकमेव वास्तव आहे हे तज्जलानचे दर्शन करुणा आणि नीतिमत्ता प्रेरित करते. त्याच छांदोग्य उपनिषदातील तत् त्वम् असि ("तू ते आहेस") ही शिकवण असे स्पष्ट करते की इतरांना इजा करणे हे स्वतःला इजा करण्यासारखे आहे, कारण सर्वांचे सार समान आहे. नैतिकतेने जगणे - दयाळूपणा, प्रामाणिकपणा आणि अहिंसा द्वारे - एखाद्याला तज्जलानच्या परस्परसंबंधाशी जुळवून घेण्यास, सुसंवाद आणि समृद्धी वाढविण्यास अनुमती देते.

व्यावहारिक पायऱ्या:

- **अहिंसेचा सराव करा:** विचार, शब्द आणि कृतींमध्ये हानी टाळून अहिंसेचा अवलंब करा. याचा अर्थ संघर्षांमध्ये दयाळू शब्द निवडणे, शाश्वत पद्धतींना समर्थन देणे किंवा सजीवांना होणारे नुकसान कमी करण्यासाठी शाकाहारी आहार स्वीकारणे असा होऊ शकतो.

- **सेवाकार्ये:** इतरांना मदत करण्यासाठी स्वयंसेवा करा किंवा संसाधने द्या, जसे की स्थानिक धर्मादाय संस्थेला पाठिंबा देणे किंवा शेजाऱ्याला मदत करणे. ही कृती तज्जलानची एकता प्रतिबिंबित करतात, सर्व जीवनाच्या परस्परसंबंधांना बळकटी देते.

- **कामात सचोटी:** तुमच्या कृती अस्तित्वाच्या मोठ्या जाळ्यात योगदान देतात हे ओळखून प्रामाणिकपणा आणि निष्पक्षतेने व्यावसायिक जबाबदाऱ्या पार पाडा. उदाहरणार्थ, सहकाऱ्यांशी आदराने वागा आणि तुमचे काम नैतिक मूल्यांशी सुसंगत आहे याची खात्री करा.

तज्जलानमध्ये रुजलेले नैतिक जीवन समुदायाची भावना वाढवते, जे मानसशास्त्रीय संशोधनानुसार जीवनात समाधान आणि आनंद वाढवण्याशी जोडते. स्वतःला ब्रह्माच्या विशाल रचनेचा एक भाग म्हणून पाहून, व्यक्ती नैसर्गिकरित्या करुणा जोपासते, वैयक्तिक आणि सामूहिक कल्याण वाढवते.

3. ध्यान :ब्रह्माशी संबंध जोडणे

छांदोग्य उपनिषदातील "शांततेने उपासना करा" ही सूचना तज्जलान साकार करण्यासाठी ध्यान हा एक महत्त्वाचा मार्ग असल्याचे दर्शविते. ध्यानामुळे व्यक्ती अहंकाराच्या पलीकडे जाऊन सर्वांचा उगम आणि अंत असलेल्या ब्रह्माशी एकता अनुभवू शकते. दैनंदिन जीवनात ध्यानाचा समावेश करून, व्यक्ती आंतरिक शांती जोपासू शकते आणि तज्जलानच्या चक्रीय दृष्टिकोनाशी सुसंगत होऊ शकते, शाश्वत वर्तमानात आनंद मिळवू शकते.

व्यावहारिक पायऱ्या:

- **तज्जलानवर मार्गदर्शित ध्यान:** तज्जलानने प्रेरित ध्यानासाठी दररोज १०-१५

मिनिटे बाजूला ठेवा. स्वतःला एका विशाल, परस्पर जोडलेल्या वास्तवाचा भाग म्हणून कल्पना करा: तुमच्या अस्तित्वाची कल्पना करा की ते एका वैश्विक स्रोतापासून उद्‌भवले आहे, त्याच्या उर्जेने टिकून आहे आणि त्याकडे परत येत आहे. तुमचे मन एकाग्र करण्यासाठी "सर्वं खल्विदं ब्रह्म" ("हे सर्व ब्रह्म आहे") हा वाक्यांश उच्चार करा.

• **मंत्र पुनरावृत्ती:** तुमचे ध्यान बळकट करण्यासाठी "ओम" किंवा "तत् त्वम् असि" सारखा साधा मंत्र वापरा. हळूवारपणे किंवा शांतपणे जप करा, ज्यामुळे ध्वनी तुम्हाला तज्जलानच्या वैश्विक लयीशी जोडू शकेल.

• **निसर्ग ध्यान:** निसर्गात वेळ घालवा, निर्मिती आणि विघटनाच्या चक्रांवर - झाडे

वाढणे, पाने गळणे, ऋतू बदलणे - या सर्व गोष्टींचा तज्जलानचे प्रतिबिंब म्हणून विचार करा. ही पद्धत विश्वाशी एकतेची तुमची भावना अधिक खोलवर वाढवते.

ध्यान तज्जलानच्या एकतेचा थेट अनुभव वाढवते, चिंता कमी करते आणि स्पष्टता वाढवते. प्रकरण ५ मध्ये चर्चा केल्याप्रमाणे, ध्यानाचे फायदे, जसे की ताण कमी करणे, तज्जलानच्या शांततेच्या आवाहनाशी सुसंगत आहेत, ज्यामुळे ते आनंदाचे एक शक्तिशाली साधन बनते..

4. चक्रीयतेला स्वीकारणे : बदलात शांती शोधणे

तज्जलानची त्रिकोणी रचना - निर्मिती, पोषण, विघटन - अस्तित्वाच्या चक्रीय स्वरूपावर भर देते. जीवनाची नश्वरता, त्याच्या सुरुवाती आणि शेवटांसह, दुःखाचे कारण असू शकते, परंतु तज्जलान आपल्याला ब्रह्मच्या प्रवाहाचा भाग म्हणून बदल स्वीकारण्यास आमंत्रित करते. जीवनाचे चक्र स्वीकारून, आव्हानांमध्येही, लवचिकता आणि आनंद मिळू शकतो.

व्यावहारिक पावले:

• **आव्हानांची पुनर्रचना:** नोकरी गमावणे किंवा वैयक्तिक अडचणी यासारख्या अडचणींना तोंड देताना, तज्जलानच्या चक्रीय

दृष्टिकोनावर चिंतन करा. आव्हानांना एका मोठ्या प्रक्रियेचा भाग म्हणून पहा, असा विश्वास ठेवा की विघटनामुळे नवीन सुरुवात होते. भूतकाळातील आव्हानांबद्दल आणि त्यांच्या अंतिम निराकरणाबद्दल लिहून ठेवण्याच्या सवयीमुळे या दृष्टिकोनाला बळकटी देऊ शकते.

संक्रमणे साजरी करा: जीवनातील संक्रमणे - वाढदिवस, करिअरमधील बदल किंवा हंगामी बदल - तज्जलानच्या चक्रीयतेचा सन्मान करणाऱ्या विधींसह चिन्हांकित करा. उदाहरणार्थ, नवीन सुरुवातीचे प्रतीक म्हणून एक झाड लावा किंवा शेवटच्या वेळी कृतज्ञतेचे ध्यान करा.

• **आसक्ती सोडून द्या:** अनावश्यक भौतिक संपत्ती काढून टाकून किंवा भावनिक द्वेष सोडून देऊन अनासक्तीचा सराव करा. हे ओळखा की सर्व रूपे ब्रह्मामध्ये उद्भवतात आणि विरघळतात, ज्यामुळे तुम्हाला क्षणभंगुर गोष्टींना चिकटून राहण्यापासून मुक्त केले जाते.

चक्रीयतेला आलिंगन देणे मानसिक लवचिकतेशी संरेखित होते, ज्यामुळे व्यक्तींना जीवनातील चढ-उतारांना समतेने मार्गक्रमण करण्याची परवानगी मिळते. हा दृष्टिकोन प्रवाहाची भावना वाढवतो, बदलाचा प्रतिकार कमी करून समृद्धी वाढवतो.

5. समुदायांची उभारणी :परस्परसंबंधित जीवन जगणे

तज्जलानचा ब्रह्म हे एकात्म वास्तव आहे हे पाहण्याचा दृष्टिकोन समुदाय आणि सामायिक उद्द्देशाची भावना निर्माण करतो. इतरांशी संबंध वाढवून, व्यक्ती तज्जलानच्या परस्परसंबंधाचे प्रतीक बनते, आनंद आणि समृद्धी वाढवणारे एक प्रकारचे जाळे तयार करते.

व्यावहारिक पायऱ्या:

- **सामुदायिक उपक्रमांमध्ये सहभागी व्हा:** संबंध निर्माण करण्यासाठी बुक क्लब, पर्यावरणीय उपक्रम किंवा आध्यात्मिक मेळाव्यांसारख्या स्थानिक गटांमध्ये सामील व्हा. हे संबंध तज्जलानच्या एकतेचे

प्रतिबिंबित करतात, आपुलकीची भावना निर्माण करतात.

- **सक्रिय ऐकण्याचा सराव करा:** संभाषणांमध्ये, तुमच्या प्रतिसादाचे नियोजन न करता लक्षपूर्वक ऐका. ही पद्धत इतरांमधील ब्रह्माच्या सामायिक साराचा सन्मान करते, नातेसंबंध मजबूत करते.

- **ज्ञान सामायिक करा:** इतरांना तज्जलानच्या तत्त्वांबद्दल चर्चा किंवा कार्यशाळांद्वारे शिकवा, त्याचे ज्ञान पसरवा. सामायिकरण उद्देश आणि सामूहिक वाढीची भावना वाढवते. सामाजिक जोडणीवरील संशोधनाद्वारे समर्थित सामुदायिक सहभाग, भावनिक कल्याण वाढवतो आणि वैयक्तिक वाढीसाठी एक सहाय्यक वातावरण तयार

करतो, जो तज्जलानच्या एकतेच्या दृष्टिकोनाशी जुळतो. तज्जलानला एक जिवंत सराव बनवण्यासाठी तज्जलानला दैनंदिन दिनचर्येत समाविष्ट करणे, ही तत्वे एका सुसंगत दैनंदिन दिनचर्येत समाविष्ट करा:

- **सकाळ:** ब्रह्माच्या शाश्वत उपस्थितीशी जोडण्यासाठी ५ मिनिटे सजग श्वास घेण्याने आणि कृतज्ञता व्यक्त करण्याने सुरुवात करा.

- **दिवसाची वेळ:** कामात आणि संवादात नैतिक आचरणाचा सराव करा, इतरांना ब्रह्माचे अभिव्यक्ती म्हणून पहा.

- **संध्याकाळ:** १० मिनिटे ध्यान करा, तज्जलानच्या निर्मिती, पालनपोषण आणि

विघटनाच्या चक्राची कल्पना करा. या चक्राचा एक भाग म्हणून दिवसाच्या आव्हानांवर चिंतन करा.

- **साप्ताहिक:** परस्परसंबंध मजबूत करण्यासाठी सामुदायिक क्रियाकलाप किंवा निसर्ग-आधारित ध्यानात सहभागी व्हा.

ही दिनचर्या दैनंदिन जीवनात तज्जलानला आधार देते, संतुलित, आनंदी अस्तित्वाला चालना देते.

निष्कर्ष

तज्जलान संकल्पना, सर्वांचा स्रोत, पालनकर्ता आणि अंत म्हणून ब्रह्माच्या दृष्टिकोनासह, आनंदाने आणि समृद्धपणे जगण्यासाठी एक कालातीत मार्गदर्शक देते.

सजगता, नैतिक जीवन, ध्यान, स्वीकृती याद्वारे बदल आणि सामुदायिक सहभागाच्या मदतीने, एक सामान्य माणूस तज्जलानच्या ज्ञानाला मूर्त रूप देऊ शकतो, अस्तित्वाच्या परस्परसंबंधात शांती शोधू शकतो. या पद्धतींचे एकत्रीकरण करून, एखादी व्यक्ती केवळ उपनिषदिक दृष्टिकोनाशी जुळत नाही तर उद्दिष्ट, लवचिकता आणि आनंदाचे जीवन देखील जोपासते, ज्यामुळे तज्जलान आधुनिक जगात एक जिवंत वास्तव बनते.

****

www.ingramcontent.com/pod-product-compliance
Lightning Source LLC
LaVergne TN
LVHW060257051026
849517LV00003B/837